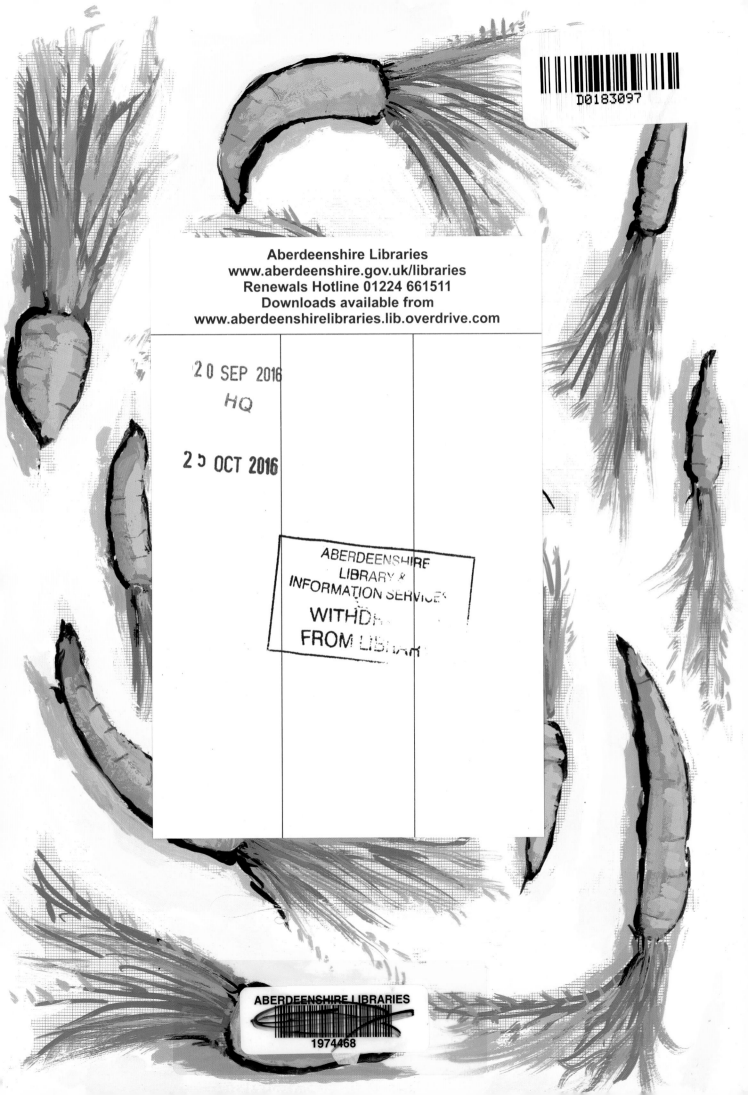

Published by Mantra Lingua
Global House, 303 Ballards Lane
London N12 8NP
www.mantralingua.com

JP

Floppy

Guido Van Genechten

Yoruba translation by Bola I Ojo

Mantra

Awọn ehoro onirun wa ni oríṣiríṣi. Awọn kan kúru awọn kan sanra, tabi ki won tinrin. Gbogbo wọn lọ ní eti gigun méjí. Floppy ni eti gigun méjí ṣùgbọ́n ọ̀kan gun, ekéjí ṣubú lúlẹ̀.

Rabbits come in all shapes and sizes. They can be tall or short, fat or thin and they all have two long ears. Floppy had long ears too but one was straight and one was floppy.

Awọn ehoro to ku wọn fi Floppy ṣe yẹ̀yẹ́ nítorí eti rẹ̀ ti o ṣubú lúlẹ̀.

The other rabbits called him names because he had a floppy ear.

Floppy fẹ́ dabi awọn ore rẹ̀. Nitori na a o doríkodò lati jẹ ki eti rẹ̀ na ṣùgbọ́n ko le lọ si ilé iwé bẹ e.

All Floppy wanted was to be the same as his friends. So he tried hanging upside down to make his ears straight - but he couldn't go to school like that.

O fi eti rè pa-mọ́ si ábẹ fila ṣùgbọ́n awọn
ehoro to ku fi rerin.

He tried hiding them under a tea cosy but the other rabbits laughed.

O fi károòtí sinu eti rè lati je ki o duro sùgbón awon
ehoro to ku fi rerin si.

He tried sticking a carrot to his ear but the other rabbits
laughed even more.

Floppy so igi mọ́ eti rẹ̀ pelu okùn.

Floppy tried a stick and string...

O lo ìrépe aṣọ ti awọn oniṣègun fi ndi ojú egbó...

He tried a bandage ...

And even tried a
fishing rod and
peg.

O tu lo opa apẹja ati peegi.

Nigbati Floppy so balloonu mọ́ eti rẹ̀
awọn ehoro to ku n yi nile pẹ̀lú erin.

When Floppy tied a balloon to his ear the
other rabbits just fell about with laughter.

O ma se o! Ki ni Floppy lè ṣe? Tabi ki o lọ bèrè lọ́wọ oniṣègun?

Poor Floppy, what could he do? Perhaps he could ask the doctor who makes things better.

The doctor said that ears come in all shapes and sizes. Some ears are straight and some are floppy.

Oniṣègun ṣọ wípe eti wa ni oríṣiríṣi. Awọn eti kan gun, awọn kan ṣubú lúlẹ̀.

Nigbati Floppy lọ pada si ile, o
rò sinu okan rẹ̀ nkan ti oniṣègun
sọ.Oríṣiríṣi eti lo wa tò tọ́. Eti
Floppy ṣubú lúlẹ̀, o pari.

On his way home Floppy thought about what the doctor had said.
There are all kinds of ears
and *his* ear was floppy.
That was all.

Awọn ehoro to ku nwa Floppy kiri. Ki o le pa wọn
lerin pupo.
Lojiji wọn ri...

The other rabbits were bored without Floppy.
He always made them laugh.
Suddenly they saw him ...

"Jòwó pa wa lerin."

"Please show us a new trick and make us laugh," they asked.

Floppy sọ fun wọn, "Ti ẹ ba fẹ́ rerin, nkan ti ẹ ma se leyi." Floppy rerin nigbati wọn se bi ehoro ti o ni eti kan ti o gun ati eti kan ti o ṣubú lúlẹ̀.

"Well, what you do is this," said Floppy and he laughed as his friends tried to be just like him.

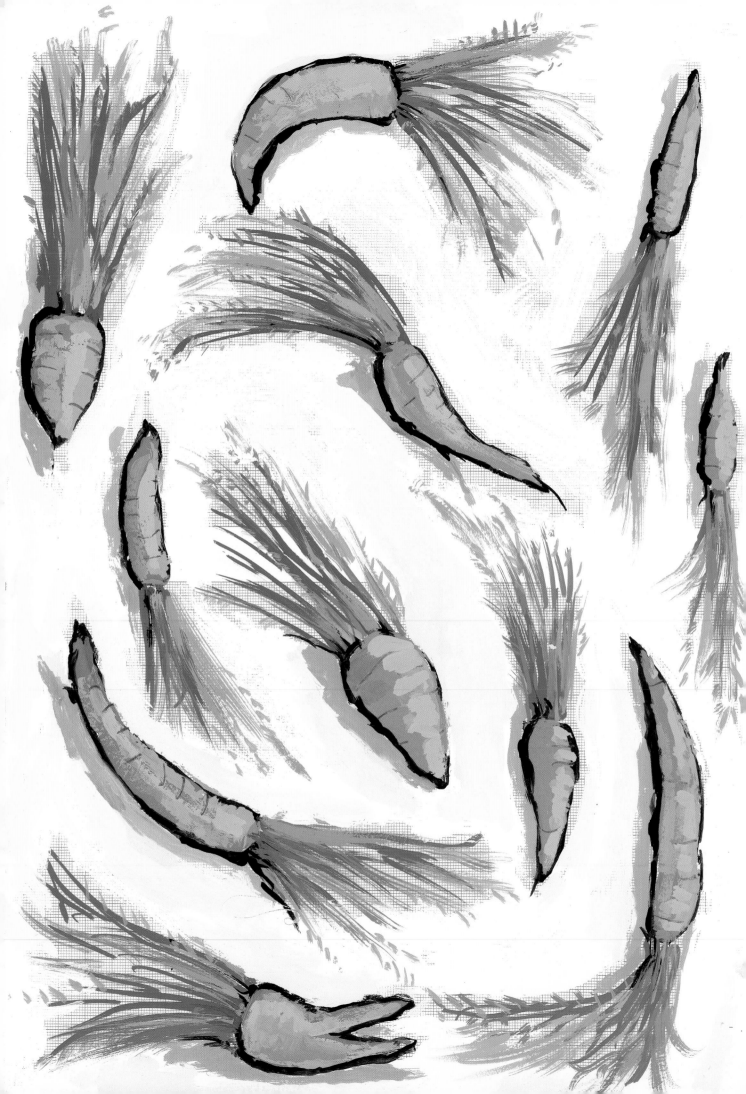